हितोपदेश

मनोरंजक कथा

हे पुस्तक **माझं** आहे.

मेहता पब्लिशिंग हाऊस

HITOPADESH MANORANJAK KATHA by Mohan Velhal

हितोपदेश मनोरंजक कथा / बालसाहित्य
मोहन वेल्हाळ

संस्थापक : सुनील अनिल मेहता

प्रकाशक : मेहता पब्लिशिंग हाऊस प्रा. लि.,
१९४१ सदाशिव पेठ, माडीवाले कॉलनी, पुणे – ४११०३०.
✆ ०२०-२४४७६९२४
E-mail : production@mehtapublishinghouse.com
Website : www.mehtapublishinghouse.com

मुद्रक : श्री मुद्रा

प्रथम आवृत्ती : ऑगस्ट, २००५ / जुलै, २००७ / ऑक्टोबर, २०१३ / फेब्रुवारी, २०१८ / पुनर्मुद्रण : एप्रिल, २०२४

मुखपृष्ठ व आतील चित्रे : देवीदास पेशवे

संचाची किंमत : ₹ ४००/-
(४ पुस्तकांचा संच)

P Book ISBN 9788171619849

गिधाड आणि बोका

गंगा नदीच्या किनाऱ्यावर वडाचे एक मोठ्ठे झाड होते. त्या झाडाच्या ढोलीत एका गिधाडाने आपले घरटे बनवले होते. गिधाड म्हातारे झाले, तेव्हा त्याच्या नख्या गळून पडल्या. त्याची दृष्टीही मंदावत गेली.

त्या झाडावर इतरही पक्ष्यांची घरटी होती. पक्षी आपल्या चाऱ्यातील थोडासा हिस्सा त्या गिधाडाला देत. त्यामुळे त्याची सोय झाली होती. गिधाड त्या पक्ष्यांच्या गैरहजेरीत त्यांच्या पिल्लांची काळजी घेत असे.

एके दिवशी एक बोका त्या झाडाखाली आला. त्याने वर पाहिले. त्याच्या मनात विचार आला, 'अरे, या झाडावर तर बरेच पक्षी दिसतायत. चला, आपली छानच सोय झाली. दररोज एक-दोन पक्षी सहज खाता येतील'. या विचाराने तो झाडाच्या अधिक जवळ आला. बोक्याला पाहून पिल्ले भीतीने जोरजोरात किंचाळू लागली.

तो गोंधळ ऐकून गिधाडाने जोरात विचारले, ''कोण आहे ते?''

बोक्याने आवाजाच्या दिशेने पाहिले. त्याला गिधाड दिसले. बोका स्वत:शीच म्हणाला, 'आता संपलाच कारभार!'

त्याने विचार केला, 'प्रत्यक्ष भिती समोर उभी राहिलीच आहे तर आता त्यापासून कशी सुटका करून घ्यायची, ते पाहू या.'

बोका सावधपणाने पावले टाकत गिधाडाजवळ गेला. तो नम्र स्वरात म्हणाला, "आर्य, मी आपणांस प्रणाम करतो."

गिधाडाने विचारले, "कोण तू?"

तो म्हणाला, "मी एक बोका आहे ..."

त्यावर गिधाड म्हणाले, "निघून जा माझ्या नजरेसमोरून! नाहीतर मी तुला मारून टाकीन!"

बोका म्हणाला, "माझं थोडं ऐकून घेणार का? माझं म्हणणं तुम्हांला पटलं नाही,

तर मला खुशाल मारा.''

गिधाड म्हणाले, ''ठीक आहे. सांग.''

बोका म्हणाला, ''मी इथं गंगेच्या काठी राहतो. रोज याच पवित्र पाण्यानं आंघोळ करतो.''

गिधाडाने स्पष्ट सांगितले, ''तू बोका आहेस. झाडावर पक्ष्यांची पिल्लं असतात. म्हणून मी तुझी इतकी चौकशी केली.''

त्यावर आपले दोन्ही कान पकडत बोका म्हणाला, ''मांसाहार मी केव्हाच सोडून दिला आहे. या काठावर उगवणाऱ्या भाज्या, कंदमुळंच खाऊन मी राहतो, तर पक्ष्यांची पिल्लं मारण्याचं महापाप मी का करेन?''

मोठ्या चातुर्याने बोक्याने गिधाडाचा विश्वास संपादन केला आणि त्या झाडाखाली त्याला आसरा मिळाला. काही दिवस बोक्याने काहीच हालचाल केली नाही.

त्यानंतर मात्र त्याने पक्ष्यांच्या पिल्लांना मारून खाण्याचा सपाटा सुरू केला. तो ती पिल्ले गिधाडाच्या ढोलीत आणून खात असे. गिधाडाला दिसत नसल्यामुळे, बोक्याचा हा चोरटा कारभार मजेत चालू राहिला. ज्या पक्ष्यांची पिल्ले मारली गेली होती, ते रडू-ओरडू लागले. तरीही त्यांची पिल्ले मारली जात होतीच.

पक्ष्यांना मात्र गिधाडाचाच संशय आला. त्यांनी गिधाडाला तिथून दूर नेऊन सोडले.

बिच्चारे गिधाड! काहीच करू शकले नाही.

अनोळखी व्यक्तीवर एकदम मुळीच विश्वास ठेवू नये.

चतुर उंदीर

चंपक नगरात संन्यासी लोकांचा एक मठ होता. या मठात चूडाकर्ण नावाचा एक संन्यासी राहत होता.

जेवण झाल्यावर उरलेले अन्न एका भांड्यात काढून, ते भांडे तो एका खुंटीला टांगून ठेवत असे.

एका उंदराला ही गोष्ट ठाऊक झाली. तो रोजच कुणाच्या नकळत वर चढून ते अन्न मटकावू लागला. संन्याशाला उंदराच्या या उद्योगामुळे खूपच मनस्ताप झाला. त्याच्यावर उपाय म्हणून त्याने एक सोटा आणून सतत हाताशी ठेवला.

एके दिवशी चूडाकर्णाचा एक मित्र त्या मठात राहावयास आला. दोघांनी हसत-खेळत जेवण केले. उरलेले अन्न चूडाकर्णाने खुंटीला टांगून ठेवले.

नंतर दोघेही संन्यासी अंथरुणावर पडून शिळोप्याच्या गप्पा मारु लागले. गप्पागोष्टी सुरू असतानाच चूडाकर्ण अधूनमधून सोट्याने भिंतीवर ठकठक करत राहिला. त्याचा हा सतत चाललेला चाळा पाहून चूडाकर्णाचा मित्र वैतागून म्हणाला, ''मी तुला इतक्या लांबून भेटायला, गप्पा मारायला आलोय. तुझं माझ्या बोलण्याकडे मुळीच लक्ष नाही. मधूनंच तुझं काय चाललंय?

भिंतीवर असा सोटा का आपटतो आहेस?''

चूडाकर्ण म्हणाला, ''मित्रा, काय करू? तुझ्या बोलण्याकडे माझं लक्ष आहे. पण हा उंदीर पाहिलास का? रोजच या शिल्लक राहिलेल्या अन्नाचा फन्ना उडवून टाकत असतो तो!''

चूडाकर्णाचा खुलासा ऐकून त्याचा मित्र अंथरुणावरून उठला. त्याने खुंटीवर टांगलेल्या भांड्यावर नजर टाकली. तो म्हणाला, ''उंदीर फार चलाख असतात. धाडसीही असतात. पण मला कळत नाही, एवढ्या उंचीवर तो कसा काय चढून जातो? नक्कीच काहीतरी गडबड आहे या मागं!''

बराच वेळ विचार करून तो म्हणाला, ''उंदराच्या या धाडसी कृत्याचं रहस्य मला उलगडलं आहे. त्याचं कारण आहे संपत्ती!'' त्याने चूडाकर्णाला विचारले, ''याचं बीळ कुठं आहे, ते तुला ठाऊक आहे का?''

“हो! मला माहीत आहे, ते कुठं आहे ते!”

त्या दोघांनी कुदळीच्या साहाय्याने उंदराचे बीळ पूर्ण खणून काढले आणि त्याने साठवलेली सारी संपत्ती बाहेर काढली.

त्या दिवसापासून त्या उंदराचे येणे कमी झाले. तो निरुत्साही झाला. स्वत:साठी अन्न मिळवणेही त्याला अवघड झाले. एखादे वेळी तो खुंटीवर टांगलेल्या अन्नाच्या दिशेने पूर्वीप्रमाणे उडी मारण्याचाही प्रयत्न करायचा, परंतु ते त्याला आता शक्य होईना.

एके दिवशी असाच मोकळ्या हाताने परत जाणारा तो उंदीर दोघांच्या दृष्टीस पडला. तेव्हा तो मित्र म्हणाला,

“हे याचं पूर्वजन्मीचं धन असलं पाहिजे. या संपत्तीच्या लोभानंच तो इथे रोज येत होता. अन्न पळवणं हे केवळ निमित्त. आता संपत्तीच नाही म्हटल्यावर तो येणारच नाही. पाहिलास पूर्वजन्मीच्या संपत्तीचा मोह?”

खरंच त्यानंतर उंदराचे येणे हळूहळू बंद झाले.

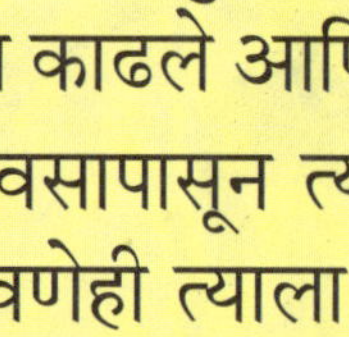

संपत्तीचा अतिलोभ चांगला नाही.

प्रामाणिक गाढव

काशी नगरात एक परीट राहत होता.

एके दिवशी तो झोपेत असताना एक चोर त्याच्या घरात घुसला. परटाच्या घराच्या अंगणात गाढव आणि कुत्रा दोघांना बांधलेले होते.

घरात चोर शिरल्याचे पाहून गाढव कुत्र्याला म्हणाले, ''मित्रा, आलेल्या संकटाची मालकाला जाणीव करून देण्याचं काम तुझं आहे. नाहीतर चोर मालकाचं सारं काही चोरून घेऊन जाईल.''

कुत्रा म्हणाला, ''माझ्या कामाची तुला कशाला रे चिंता? उगाच नसती उठाठेव. मालकाचं घर राखण्याचं काम मी किती मनापासून करतो. तरीही मालक मला वेळेवर आणि पुरेसं खायला-प्यायला देत नाही. त्याचं काहीतरी जबरदस्त नुकसान झाल्याशिवाय त्याला माझं महत्त्व समजणारच नाही.''

गाढव त्यावर म्हणाले, ''मालक अडचणीत असताना नोकरानं असा विचार करणं एकदम चुकीचं आहे.''

''तर मग अडचणीत आल्यावरच ज्या मालकाला नोकरांची आठवण होते, तो मालक तरी कितपत चांगला?''

कुत्र्याचा हा युक्तिवाद ऐकून गाढवाला राग आला. तो कुत्र्याला म्हणाला, “किती तू कृतघ्न. मालकानं केलेल्या उपकारांची तुला मुळी जाणीवच नाही. मालकावर संकट आलेलं असताना तुला हे काय सुचतंय? तू भुंकून त्याला जागं करणार नसशील, तर ते काम मी करीन!”

मग मालकाला जागे करण्यासाठी ते गाढव जोरजोरात खिंकाळू लागले. त्या आवाजाने चोर पळून गेला. गाढवाचे ते बेसूर आणि अवेळी खिंकाळणे ऐकून परीट जागा झाला. वैतागून त्याने त्या गाढवाला बेदम मारले.

बिच्चारं गाढव... ‘करायला गेलं एक आणि झालं भलतंच!’

उगाच उपदेश करू नये.

गोदावरी नदीच्या काठी एक प्रचंड झाड होते. त्या झाडावर अनेक पक्ष्यांनी आपली घरटी बांधली होती. या पक्ष्यांत एक कावळाही होता.

एक दिवस कावळा झोपेतून जागा झाला. त्याला एक फासेपारधी झाडाच्या दिशेने येताना दिसला. त्याला पाहून कावळ्याला फार वाईट वाटले.

'आज काही तरी अशुभ गोष्ट घडणार!' कावळ्याच्या मनात आले.

तो फासेपारध्यामागून उडत-उडत निघाला.

जरा अंतर चालून गेल्यावर फासेपारध्याने मूठभर तांदळाचे दाणे जमिनीवर विखरून टाकले. त्यांवर आपले जाळे अंथरले. मग तो एका झाडामागे लपून बसला.

त्याच सुमारास कबुतरांचा राजा चित्रग्रीव आपल्या थव्यासोबत उडत-उडत तिथे येऊन पोहोचला. त्याच्या थव्यात खूप कबुतरे होती. जमिनीवरचे तांदळाचे दाणे पाहून त्यांच्या तोंडाला पाणी सुटले.

चित्रग्रीव त्या कबुतरांना म्हणाला, "हे दाणे पाहून तुम्हांला आनंद होणं अगदी

बरोबर आहे. पण विचार करा. या अशा घनदाट जंगलात हे तांदळाचे दाणे कुठून आले? आपण या दाण्यांच्या मोहात पडलो, तर नक्की संकटात सापडू!''

त्यावर एक कबुतर उर्मटपणे म्हणाले, ''असा विचार करत राहिलो, तर आपल्यावर नक्कीच उपासमारीची वेळ येईल!''

मग चित्रग्रीवाने विरोध केला असतानाही सगळी कबुतरे खाली उतरून तांदळाचे दाणे टिपू लागली. झालं! सगळी कबुतरे जाळ्यात अडकून पडली. मग मात्र सारी त्या उर्मट कबुतराला वाटेल तशी बोलू लागली.

चित्रग्रीव त्यांना समजावत म्हणाला, ''त्या बिचाऱ्याचा काहीच दोष नाही. आता माझं ऐका, सर्वांनी मिळून एकाच वेळी जाळ्यासकट आभाळात झेप घ्या आणि उडत-उडत चला!''

चित्रग्रीवाचा हा सल्ला त्या सर्व कबुतरांनी ऐकला आणि ते एकदम जाळ्यासकट आकाशात उडाले.

फासेपारधी बघतच राहिला. कबुतरे ज्या दिशेने उडत होती, त्या दिशेने तो धावत निघाला. बघता-बघता कबुतरे दृष्टीआड झाली. निराश होऊन तो परत फिरला.

फासेपारधी निघून गेल्याचे पाहून चित्रग्रीव म्हणाला, ''इथून जवळच माझा एक उंदीर मित्र राहतो. आपण सगळेच त्याच्याकडं जाऊ या. तो हे जाळं कुरतडून सर्वांची सोडवणूक करील.''

ती सर्व कबुतरे चित्रग्रीवाच्या मित्राकडे गेली. त्याचे नाव हिरण्यक. हा हिरण्यक शहाणा होता. त्याच्या बिळाला अनेक वाटा होत्या.

ही कबुतरे जेव्हा जमिनीवर उतरली, तेव्हा मोठा आवाज झाला. त्या आवाजाला घाबरून हिरण्यक लपून बसला.

चित्रग्रीव हिरण्यकाला हाक मारत म्हणाला, ''हिरण्यका, अरे बाहेर ये.''

मित्राचा आवाज ओळखून हिरण्यक बाहेर आला. आपल्या मित्राबरोबर त्याचे सवंगडी जाळ्यात अडकलेले पाहून हिरण्यकाला आश्चर्यच वाटले.

चित्रग्रीवाने त्याला काय झाले ते सांगितले.

तो हिरण्यकाला म्हणाला, ''दोस्ता, आता तूच मदत कर.''

हिरण्यक उत्साहात म्हणाला, ''अरे, त्यात काय एवढं? आत्ता सोडवतो सगळ्यांना जाळ्यातून.''

हिरण्यकाने आपल्या धारदार दातांनी ते जाळे पटपट कुरतडले. मग काय! सगळी कबुतरे इकडेतिकडे नाचायला लागली.

चांगला मित्र संकटात मदत करतोच.

हुशार कावळा

एका जंगलात एक हरीण आणि एक कावळा एकमेकांच्या सोबतीने राहत होते. दोघेही चांगले मित्र होते.

एकदा हरणाला पाहताच एका कोल्ह्याच्या मनात विचार आला, 'काहीही करून या हरणाशी मैत्री करायला हवी.'

कोल्हा एक दिवस हरणाजवळ जाऊन म्हणाला, "काय मित्रा! मजेत ना?"

हरणाने आश्चर्याने पाहिले, "कोण रे तू? यापूर्वी कधी दिसला नाहीस."

"मी कोल्हा. मी जंगलात एकटाच हिंडत असतो. तुझ्यासारखा मित्र भेटला तर किती छान वाटेल!"

हरणाने त्याच्याशी मैत्री केली. हरीण एका झाडाच्या बुंध्याशी राहत होते. संध्याकाळी ते दोघेही फिरत-फिरत हरीण जिथे राहत होते, तिथे आले. त्याच

झाडाच्या एका फांदीवर त्याच्या मित्राचे – कावळ्याचे घरटे होते.

हरणाच्या सोबत कोल्ह्याला आलेले पाहून कावळ्याने विचारले, "दोस्ता, तुझ्यासोबत हा पाहुणा कोण?"

हरीण म्हणाले, "अरे, हा कोल्हा आपल्याशी मैत्री करायला आलाय."

ते ऐकून कावळा म्हणाला, "अरे दोस्ता, एकदम अनोळखी प्राण्याशी अशी मैत्री करणं बरोबर नाही."

कोल्हा एकदम रागात म्हणाला, "असं का? तुमच्या मैत्रीपूर्वी तुम्हीही एकमेकांना अनोळखीच होतात ना? आता हरणासारखा तूही माझा मित्र हो."

हरीण म्हणाले, "अरे वादावादी कशाला? आपण तिघं मजेत राहू या."

'हरीण आपलं म्हणणं ऐकण्याच्या मन:स्थितीत नाही,' हे पाहून कावळा निराशेने

म्हणाला, ''ठीक आहे. तू म्हणतोस, तसं करू या.''

शेवटी तिघेही त्या रात्री एकत्र राहिले.

दुसऱ्या दिवशीच्या सकाळपासून तिघेही आपापल्या चारापाण्यासाठी बाहेर पडत आणि रात्री त्या झाडाखाली एकत्र येत.

कोल्हा मनातून अतिशय अस्वस्थ होता. हरणाला केव्हा एकदा मारतो आणि त्याचे लुसलुशीत मांस खातो, असे त्याला झाले होते.

दोघेच असताना एकदा तो हरणाला म्हणाला, ''या जंगलात एक सुंदर असं हिरव्यागार गवताचं कुरण आहे; ते तुला माहितीये?''

''नाही.'' हरणाने मान डोलावली.

''चल. मी दाखवतो तुला.'' कोल्हा उत्साहात हरणाला घेऊन गेला.

त्यानंतर रोजच हरीण त्या कुरणात जाऊ लागले.

एकदा कुरणाच्या मालकाने हरणाला तिथे चरताना पाहिले.

दुसऱ्या दिवशी हरणाला पकडण्यासाठी त्याने जाळे लावून ठेवले.

हरीण तिथे नेहमीसारखे चरण्यासाठी आले आणि त्या जाळ्यात अडकून पडले. त्यातून सुटका करून घेण्यासाठी त्याने खूप धडपड केली.

त्याच वेळी कोल्हा तिथे आला. हरीण अडकलेले पाहून त्याला फार आनंद झाला.

तो मनात स्वप्ने रंगवू लागला, 'कुरणाचा मालक येईल. हरणाला मारील. त्याचं चामडं घेऊन जाईल. तेव्हा त्याची हाडं मला चोखायला मिळतील...'

समोर कोल्हा दिसताच हरीण त्याला गयावया करीत म्हणाले, "मित्रा, काहीही करून मला या जाळ्यातून सोडव!"

कोल्ह्याने त्या जाळ्याकडे बघितले आणि म्हणाला, "अरे, हे जाळं तर प्राण्यांच्या

आतड्यापासून तयार केलेलं दिसतं आहे. तुला तर ठाऊक आहे, आज रविवार. सूर्याचा वार. मी या जाळ्याला दात लावू शकत नाही. गैरसमज करून घेऊ नको. सकाळ होऊ देत, मग तू म्हणशील, ते मी करीन!''

असे म्हणून तो शेजारच्या झुडपात लपून बसला.

रात्र झाली, तरी हरीण परतले नाही, म्हणून कावळा त्याला शोधण्यासाठी बाहेर पडला. शोधत-शोधत, हरीण ज्या ठिकाणी जाळ्यात अडकले होते, तिथे आला. त्याला धक्काच बसला.

''अरे, हे असं कसं झालं?'' कावळा अस्वस्थ होत म्हणाला.

''तुझं मी ऐकलं नाही. त्याचाच हा परिणाम.'' हरीण रडत म्हणाले.

कावळ्याने विचारले, ''तो लबाड कोल्हा कुठं आहे?''

''माझ्या मांसाच्या आशेनं जवळ लपून बसला असेल!'' हरीण खूप चिडले.

सकाळ झाली.

कुरणाचा मालक हातात जाडजूड सोटा घेऊनच येत होता. कावळ्याला तो दुरूनच येताना दिसला.

त्याने प्रसंग ओळखून हरणाला सुचवले, "हे बघ... कुरणाचा मालक सोटा घेऊन येतो आहे. तू आता असं कर. तुझं पोट तुला शक्य असेल, तेवढं फुगव. चारी पाय पसरून निपचित पडून राहा. त्याला वाटेल, तू मेलाच आहेस. त्यानं जाळं सोडवून घेतलं, की मी तुला खूण करीन. तेव्हा तू तत्काळ उठून इथून उड्या मारत वेगानं पळून जा."

कुरणाचा मालक जवळ येताच हरणाने मेल्याचे सोंग घेतले. हरीण तर आता मेले, अशा समजुतीने कुरणाच्या मालकाने त्याचे पाय जाळ्यातून सोडवले.

तो निश्चिंत मनाने जाळे गुंडाळू लागला.

त्याच वेळी कावळ्याने खूण केली. इशारा मिळताच हरीण ताऽडदिशी उठून उभे राहिले आणि पाहता पाहता दिसेनासेच झाले.

हरणाला पळताना पाहून कुरणाच्या मालकाने हातातला जाडजूड सोटा त्याच्या दिशेने फेकून मारला. तो सोटा हरणाला न लागता झुडपात लपून बसलेल्या कोल्ह्याच्याच मस्तकावर दाणकन आदळला. त्या तडाख्याने कोल्हा जागीच गतप्राण झाला. हरीण गेले पळून.

विचार न करता केलेली मैत्री त्रासदायक ठरते.

हत्ती फसला

एका जंगलात एक हत्ती राहत होता. त्याचे अवाढव्य शरीर पाहून एकदा कोल्ह्यांनी विचार केला, 'कसंही करून या हत्तीला मारुन टाकलं, तर चार-एक महिने तरी दुसऱ्या कसल्या शिकारीचं नाव काढायला नको.'

मग सारे कोल्हे एकत्र बसून चर्चा करू लागले, ''विचार चांगला आहे; पण या हत्तीला मारायचा कसा?''

त्यावर एक म्हातारा कोल्हा म्हणाला, ''माझ्या बुद्धीच्या बळावर मी याला मारू शकेन!'' मग हा म्हातारा कोल्हा त्या हत्तीजवळ गेला. त्याला नमस्कार करून म्हणाला, ''महाराज, माझ्यावर एक कृपा करा!''

हत्ती म्हणाला, ''बोल!''

कोल्हा म्हणाला, ''मी एक गरीब कोल्हा आहे. आपल्या जंगलातल्या सगळ्या प्राण्यांची एक सभा भरली होती.

त्या सभेत सर्वांना वाटलं, 'आपल्याला कुणी राजाच नाही. त्यामुळे आपण सुरक्षित नाही. तेव्हा सर्वांनी राजा म्हणून तुमची निवड केली आहे. त्यांचा हा निर्णय तुमच्या कानांवर घालण्यासाठी त्यांनी मला तुमच्याकडं पाठवलंय.''

हत्ती हे ऐकून त्याच्याबरोबर निघाला. राज्याच्या लोभाने तो आंधळा झाला होता. तो विसरला की कोल्हा हा सगळ्यात धूर्त प्राणी आहे.

कोल्हा हत्तीला रस्ता दाखवत पुढे चालत होता. त्याने त्याला चिखलाच्या डोहाजवळ आणले. त्यालाच 'गारा' म्हणतात.

गप्पांच्या नादात हत्तीच्या ते लक्षात आले नाही. हत्ती गाऱ्यात रुतला. त्याला काहीच हालचाल करता येईना. तो कोल्ह्याला म्हणाला, ''मित्रा, बोलण्याच्या नादात मी या चिखलात रुतलो की रे! आता काय करायचं?''

कोल्हा हसत हसत म्हणाला, ''माझ्यासारख्या कोल्ह्यावर तुम्ही विश्वास टाकलात, त्याचं भोगा आता फळ!''

हत्तीला काही केल्या त्या गाऱ्यातून बाहेर पडता आले नाही. तो आणखीनच रुतत गेला आणि अखेरीस मरण पावला.

दुष्टांच्या गोड बोलण्याचा आधी नीट विचार करावा.

कोल्हा झाला निळा

एका जंगलात एक कोल्हा राहत होता. खाण्याच्या शोधात हिंडत असता तो चुकून एका गावाजवळ येऊन पोहोचला.

त्याला पाहताच गावातल्या कुत्र्यांनी त्याचा पाठलाग सुरू केला. कोल्हा मग कमालीचा घाबरला. गावाच्या दिशेने पळत सुटला.

वाटेत त्याला एक मोठा वाडा दिसला. तो एका धोब्याच्या मालकीचा होता. कोल्हा त्या वाड्याच्या अंगणात आला. तिथून उडी मारून पळून जाण्याचा प्रयत्न केला.

त्याचा हा प्रयत्न फसला आणि तो निळीच्या पाण्याने भरलेल्या मोठ्या भांड्यात पडला. कसाबसा तो भांड्याबाहेर आला. भिजून नुसता कुडकुडत होता.

त्याने सावधपणे सगळीकडे पाहिले. कुत्री तिथून निघून गेली होती.

त्याला हुश्श झाले.

त्याने दबत-दबत चाहूल घेतली. तडक जंगलाच्या दिशेने धूम पळत सुटला.

जंगलात येईपर्यंत तो धापा टाकत होता. आता त्याला खूप तहान लागली होती. पाणी पिण्यासाठी म्हणून तो नदीवर गेला.

पाण्याला तोंड लावताच त्याला स्वत:चे प्रतिबिंब पाण्यात दिसले.

"अरेच्चा! हे काय?"

आपले सारे शरीर निळ्या रंगाचे झाल्याचे त्याला दिसले.

त्याने विचार केला, 'आपण छान निळ्या रंगाचे झालो आहोत. या मस्त बदलाचा काहीतरी फायदा करून घेऊ या.'

कोल्ह्याने आजूबाजूच्या सर्व प्राण्यांना बोलावून घेतले आणि सांगितले, "मला वनदेवीनं बोलावून घेतलं होतं. तिनं या सगळ्या जंगलाचा राज्यकारभार आता माझ्या हाती सोपवला आहे. आजपासून या जंगलात मी म्हणेन तेच होईल."

या घोषणेनंतर सिंह, वाघ, चित्ता असे हिंस्त्र प्राणीही त्याला आपला राजा मानू लागले. सर्वच प्राणी या कोल्ह्याची सेवा करू लागले.

मग काय, कोल्हा झाला गर्विष्ठ. सर्वच प्राण्यांचा, इतर कोल्ह्यांचा पदोपदी अपमान करू लागला. त्यांची हेटाळणी करू लागला.

त्यामुळे इतर कोल्हेमंडळी मनातून नाराज झाली.

त्यांची नाराजी पाहून एका म्हाताऱ्या कोल्ह्याने विचार केला, 'याचं काहीतरी केलंच पाहिजे.'

मग म्हातारा कोल्हा इतर कोल्ह्यांना म्हणाला, "तुम्ही काळजी करू नका. स्वतःला राजा समजणाऱ्या याचा मी बंदोबस्त करतो. सिंह, वाघ, हत्ती यांसारखे शूर प्राणी सुद्धा त्याचा निळा रंग पाहून बिचकलेले आहेत. हा कुणी नवीन प्राणी नसून, कोल्हाच आहे, हे त्यांना दाखवून दिलं, की झालं."

सर्व कोल्ह्यांनी विचारले, "आम्ही काय करू?"

म्हातारा कोल्हा म्हणाला, ''तुम्ही सगळे त्या टेकडीवर एकत्र जमा. एकाच वेळी सर्वांनी एका आवाजात कोल्हेकुई सुरू करा. ती ऐकताच हा निळा कोल्हाही आपल्या रिवाजानुसार त्या कोल्हेकुईत सामील होऊन ओरडू लागेल. पुढचं काम वाघ, सिंह, चित्ता, इत्यादी मंडळी पुरं करून टाकतील!''

म्हाताऱ्या कोल्ह्याची ही सूचना सर्वांनाच आवडली.

ते सर्वजण टेकडीवर एकत्र जमा झाले आणि त्यांनी एकाच वेळी कोल्हेकुई सुरू केली.

त्यांची कोल्हेकुई ऐकून राजा झालेल्या कोल्ह्यालाही राहवले नाही. त्यानेही तोंड वर करून त्यांच्या स्वरात आपला स्वर मिसळला.

आपण आता 'कोल्हा' नाही हेच तो विसरला.

वाघ आणि सिंह यांनी या राजा झालेल्या कोल्ह्याची कोल्हेकुई ऐकली. मग काय! पंजाच्या एकाच फटक्यात त्याला मारून टाकले.

खोटे सोंग घेऊन मोठेपणाचा आव आणू नये.